BLOG WORKBOOK

BLOG POSTING TOOL AND AFFILIATE MARKETING NOTEBOOK
FOR
BLOG BRAINSTORMING, ROUGH DRAFT & POSTING CHECKLIST

Wildrose Media

www.wildrose-media.com

CONTENTS:

2 BLOG BRAINSTORMING PAGES- WRITE DOWN ALL BLOG IDEAS
30 ROUGH DRAFT PAGES- RESEARCH & GATHER INFORMATION, AFFILIATE IDEAS
30 POST INFORMATION:
- PRE-POST CHECKLIST
- SEO & KEYWORDS
- INTERNAL/EXTERNAL LINKS
- AFFILIATE LIST & EARNMNGS
- SOCIAL MEDIA SHARING & RESULTS

BLOG WORKBOOK

BLOG POSTING TOOL AND AFFILIATE MARKETING NOTEBOOK

ISBN: 978-1-953489-23-4

www.wildrose-media.com

--- BLOG BRAINSTORMING ---

--- BLOG BRAINSTORMING ---

--- BLOG POST IDEA ---

WORKING TITLE:

ANTICIPATED PUBLISH DATE:

SUBJECT/THEME:

SERIES? Y N # ____

CATEGORIES:

OUTLINE:

NOTES:

RESEARCH

- ○
- ○
- ○
- ○
- ○
- ○
- ○
- ○
- ○

POTENTIAL AFFILIATES & SALES

- ○
- ○
- ○
- ○
- ○
- ○
- ○
- ○
- ○

--- BLOG POST IDEA ---

WORKING TITLE: ANTICIPATED PUBLISH DATE:

SUBJECT/THEME: SERIES? Y N # ____

CATEGORIES:

OUTLINE:

NOTES:

RESEARCH

- ○
- ○
- ○
- ○
- ○
- ○
- ○
- ○
- ○

POTENTIAL AFFILIATES & SALES

- ○
- ○
- ○
- ○
- ○
- ○
- ○
- ○
- ○

--- BLOG POST IDEA ---

WORKING TITLE: ANTICIPATED PUBLISH DATE:

SUBJECT/THEME: SERIES? Y N # ____

CATEGORIES:

OUTLINE:

NOTES:

RESEARCH

- ○
- ○
- ○
- ○
- ○
- ○
- ○
- ○
- ○

POTENTIAL AFFILIATES & SALES

- ○
- ○
- ○
- ○
- ○
- ○
- ○
- ○
- ○

--- BLOG POST IDEA ---

WORKING TITLE: ANTICIPATEC PUBLISH DATE:

SUBJECT/THEME: SERIES? Y N # ____

CATEGORIES:

OUTLINE:

NOTES:

RESEARCH

- ○ ______
- ○ ______
- ○ ______
- ○ ______
- ○ ______
- ○ ______
- ○ ______
- ○ ______
- ○ ______

POTENTIAL AFFILIATES & SALES

- ○ ______
- ○ ______
- ○ ______
- ○ ______
- ○ ______
- ○ ______
- ○ ______
- ○ ______
- ○ ______

--- BLOG POST IDEA ---

WORKING TITLE: ANTICIPATED PUBLISH DATE:

SUBJECT/THEME: SERIES? Y N # ____

CATEGORIES:

OUTLINE:

NOTES:

RESEARCH

- ○
- ○
- ○
- ○
- ○
- ○
- ○
- ○
- ○

POTENTIAL AFFILIATES & SALES

- ○
- ○
- ○
- ○
- ○
- ○
- ○
- ○
- ○

--- BLOG POST IDEA ---

WORKING TITLE: ANTICIPATED PUBLISH DATE:

SUBJECT/THEME: SERIES? Y N # ____

CATEGORIES:

OUTLINE:

NOTES:

RESEARCH

- ○
- ○
- ○
- ○
- ○
- ○
- ○
- ○
- ○

POTENTIAL AFFILIATES & SALES

- ○
- ○
- ○
- ○
- ○
- ○
- ○
- ○
- ○

--- BLOG POST IDEA ---

WORKING TITLE: ANTICIPATED PUBLISH DATE:

SUBJECT/THEME: SERIES? Y N # ____

CATEGORIES:

OUTLINE:

NOTES:

RESEARCH

- ○
- ○
- ○
- ○
- ○
- ○
- ○
- ○
- ○

POTENTIAL AFFILIATES & SALES

- ○
- ○
- ○
- ○
- ○
- ○
- ○
- ○
- ○

--- BLOG POST IDEA ---

WORKING TITLE: ANTICIPATEC PUBLISH DATE:

SUBJECT/THEME: SERIES? Y N # ____

CATEGORIES:

OUTLINE:

NOTES:

RESEARCH

- ○
- ○
- ○
- ○
- ○
- ○
- ○
- ○
- ○

POTENTIAL AFFILIATES & SALES

- ○
- ○
- ○
- ○
- ○
- ○
- ○
- ○
- ○

--- BLOG POST IDEA ---

WORKING TITLE: ANTICIPATED PUBLISH DATE:

SUBJECT/THEME: SERIES? Y N # ___

CATEGORIES:

OUTLINE:

NOTES:

RESEARCH

- ○
- ○
- ○
- ○
- ○
- ○
- ○
- ○
- ○

POTENTIAL AFFILIATES & SALES

- ○
- ○
- ○
- ○
- ○
- ○
- ○
- ○
- ○

--- BLOG POST IDEA ---

WORKING TITLE: ANTICIPATED PUBLISH DATE:

SUBJECT/THEME: SERIES? Y N # ____

CATEGORIES:

OUTLINE:

NOTES:

RESEARCH

- ○
- ○
- ○
- ○
- ○
- ○
- ○
- ○
- ○

POTENTIAL AFFILIATES & SALES

- ○
- ○
- ○
- ○
- ○
- ○
- ○
- ○
- ○

--- BLOG POST IDEA ---

WORKING TITLE: ANTICIPATED PUBLISH DATE:

SUBJECT/THEME: SERIES? Y N # ____

CATEGORIES:

OUTLINE:

NOTES:

RESEARCH

- ○ ______
- ○ ______
- ○ ______
- ○ ______
- ○ ______
- ○ ______
- ○ ______
- ○ ______
- ○ ______

POTENTIAL AFFILIATES & SALES

- ○ ______
- ○ ______
- ○ ______
- ○ ______
- ○ ______
- ○ ______
- ○ ______
- ○ ______
- ○ ______

--- BLOG POST IDEA ---

WORKING TITLE:

ANTICIPATED PUBLISH DATE:

SUBJECT/THEME:

SERIES? Y N # ____

CATEGORIES:

OUTLINE:

NOTES:

RESEARCH

- ○ ________
- ○ ________
- ○ ________
- ○ ________
- ○ ________
- ○ ________
- ○ ________
- ○ ________
- ○ ________

POTENTIAL AFFILIATES & SALES

- ○ ________
- ○ ________
- ○ ________
- ○ ________
- ○ ________
- ○ ________
- ○ ________
- ○ ________
- ○ ________

--- BLOG POST IDEA ---

WORKING TITLE: ANTICIPATED PUBLISH DATE:

SUBJECT/THEME: SERIES? Y N # ___

CATEGORIES:

OUTLINE:

NOTES:

RESEARCH

- ○
- ○
- ○
- ○
- ○
- ○
- ○
- ○
- ○

POTENTIAL AFFILIATES & SALES

- ○
- ○
- ○
- ○
- ○
- ○
- ○
- ○
- ○

--- BLOG POST IDEA ---

WORKING TITLE:

ANTICIPATED PUBLISH DATE:

SUBJECT/THEME:

SERIES? Y N # ____

CATEGORIES:

OUTLINE:

NOTES:

RESEARCH

- ○
- ○
- ○
- ○
- ○
- ○
- ○
- ○
- ○

POTENTIAL AFFILIATES & SALES

- ○
- ○
- ○
- ○
- ○
- ○
- ○
- ○
- ○

--- BLOG POST IDEA ---

WORKING TITLE: ANTICIPATED PUBLISH DATE:

SUBJECT/THEME: SERIES? Y N # ____

CATEGORIES:

OUTLINE:

NOTES:

RESEARCH

- ○
- ○
- ○
- ○
- ○
- ○
- ○
- ○
- ○

POTENTIAL AFFILIATES & SALES

- ○
- ○
- ○
- ○
- ○
- ○
- ○
- ○
- ○

--- BLOG POST IDEA ---

WORKING TITLE: ANTICIPATED PUBLISH DATE:

SUBJECT/THEME: SERIES? Y N # ____

CATEGORIES:

OUTLINE:

NOTES:

RESEARCH

- ○ ______
- ○ ______
- ○ ______
- ○ ______
- ○ ______
- ○ ______
- ○ ______
- ○ ______
- ○ ______

POTENTIAL AFFILIATES & SALES

- ○ ______
- ○ ______
- ○ ______
- ○ ______
- ○ ______
- ○ ______
- ○ ______
- ○ ______
- ○ ______

--- BLOG POST IDEA ---

WORKING TITLE: ANTICIPATED PUBLISH DATE:

SUBJECT/THEME: SERIES? Y N # ____

CATEGORIES:

OUTLINE:

NOTES:

RESEARCH

- ○ ______
- ○ ______
- ○ ______
- ○ ______
- ○ ______
- ○ ______
- ○ ______
- ○ ______
- ○ ______

POTENTIAL AFFILIATES & SALES

- ○ ______
- ○ ______
- ○ ______
- ○ ______
- ○ ______
- ○ ______
- ○ ______
- ○ ______
- ○ ______

--- BLOG POST IDEA ---

WORKING TITLE: ANTICIPATEC PUBLISH DATE:

SUBJECT/THEME: SERIES? Y N # ____

CATEGORIES:

OUTLINE:

NOTES:

RESEARCH

- ○
- ○
- ○
- ○
- ○
- ○
- ○
- ○
- ○

POTENTIAL AFFILIATES & SALES

- ○
- ○
- ○
- ○
- ○
- ○
- ○
- ○
- ○

--- BLOG POST IDEA ---

WORKING TITLE: ANTICIPATED PUBLISH DATE:

SUBJECT/THEME: SERIES? Y N # ____

CATEGORIES:

OUTLINE:

NOTES:

RESEARCH

- ○ ____
- ○ ____
- ○ ____
- ○ ____
- ○ ____
- ○ ____
- ○ ____
- ○ ____
- ○ ____

POTENTIAL AFFILIATES & SALES

- ○ ____
- ○ ____
- ○ ____
- ○ ____
- ○ ____
- ○ ____
- ○ ____
- ○ ____
- ○ ____

--- BLOG POST IDEA ---

WORKING TITLE: ANTICIPATED PUBLISH DATE:

SUBJECT/THEME: SERIES? Y N # ____

CATEGORIES:

OUTLINE:

NOTES:

RESEARCH

- ○ ____
- ○ ____
- ○ ____
- ○ ____
- ○ ____
- ○ ____
- ○ ____
- ○ ____
- ○ ____

POTENTIAL AFFILIATES & SALES

- ○ ____
- ○ ____
- ○ ____
- ○ ____
- ○ ____
- ○ ____
- ○ ____
- ○ ____
- ○ ____

--- BLOG POST IDEA ---

WORKING TITLE: ANTICIPATEC PUBLISH DATE:

SUBJECT/THEME: SERIES? Y N # ___

CATEGORIES:

OUTLINE:

NOTES:

RESEARCH

- ○
- ○
- ○
- ○
- ○
- ○
- ○
- ○
- ○

POTENTIAL AFFILIATES & SALES

- ○
- ○
- ○
- ○
- ○
- ○
- ○
- ○
- ○

--- BLOG POST IDEA ---

WORKING TITLE: ANTICIPATED PUBLISH DATE:

SUBJECT/THEME: SERIES? Y N # ____

CATEGORIES:

OUTLINE:

NOTES:

RESEARCH

- ○ ______
- ○ ______
- ○ ______
- ○ ______
- ○ ______
- ○ ______
- ○ ______
- ○ ______
- ○ ______

POTENTIAL AFFILIATES & SALES

- ○ ______
- ○ ______
- ○ ______
- ○ ______
- ○ ______
- ○ ______
- ○ ______
- ○ ______
- ○ ______

--- BLOG POST IDEA ---

WORKING TITLE: ANTICIPATED PUBLISH DATE:

SUBJECT/THEME: SERIES? Y N # ____

CATEGORIES:

OUTLINE:

NOTES:

RESEARCH

- ○ ____
- ○ ____
- ○ ____
- ○ ____
- ○ ____
- ○ ____
- ○ ____
- ○ ____
- ○ ____

POTENTIAL AFFILIATES & SALES

- ○ ____
- ○ ____
- ○ ____
- ○ ____
- ○ ____
- ○ ____
- ○ ____
- ○ ____
- ○ ____

--- BLOG POST IDEA ---

WORKING TITLE: ANTICIPATED PUBLISH DATE:

SUBJECT/THEME: SERIES? Y N # ____

CATEGORIES:

OUTLINE:

NOTES:

RESEARCH

- ○
- ○
- ○
- ○
- ○
- ○
- ○
- ○
- ○

POTENTIAL AFFILIATES & SALES

- ○
- ○
- ○
- ○
- ○
- ○
- ○
- ○
- ○

--- BLOG POST IDEA ---

WORKING TITLE:

ANTICIPATED PUBLISH DATE:

SUBJECT/THEME:

SERIES? Y N # ____

CATEGORIES:

OUTLINE:

NOTES:

RESEARCH

- ○
- ○
- ○
- ○
- ○
- ○
- ○
- ○
- ○

POTENTIAL AFFILIATES & SALES

- ○
- ○
- ○
- ○
- ○
- ○
- ○
- ○
- ○

--- BLOG POST IDEA ---

WORKING TITLE: ANTICIPATED PUBLISH DATE:

SUBJECT/THEME: SERIES? Y N # ____

CATEGORIES:

OUTLINE:

NOTES:

RESEARCH

- ○
- ○
- ○
- ○
- ○
- ○
- ○
- ○
- ○

POTENTIAL AFFILIATES & SALES

- ○
- ○
- ○
- ○
- ○
- ○
- ○
- ○
- ○

--- BLOG POST IDEA ---

WORKING TITLE: ANTICIPATED PUBLISH DATE:

SUBJECT/THEME: SERIES? Y N # ____

CATEGORIES:

OUTLINE:

NOTES:

RESEARCH

- ○
- ○
- ○
- ○
- ○
- ○
- ○
- ○
- ○

POTENTIAL AFFILIATES & SALES

- ○
- ○
- ○
- ○
- ○
- ○
- ○
- ○
- ○

--- BLOG POST IDEA ---

WORKING TITLE:

ANTICIPATED PUBLISH DATE:

SUBJECT/THEME:

SERIES? Y N # ___

CATEGORIES:

OUTLINE:

NOTES:

RESEARCH

- ○
- ○
- ○
- ○
- ○
- ○
- ○
- ○
- ○

POTENTIAL AFFILIATES & SALES

- ○
- ○
- ○
- ○
- ○
- ○
- ○
- ○
- ○

--- BLOG POST IDEA ---

WORKING TITLE: ANTICIPATED PUBLISH DATE:

SUBJECT/THEME: SERIES? Y N # ____

CATEGORIES:

OUTLINE:

NOTES:

RESEARCH

- ○ ____
- ○ ____
- ○ ____
- ○ ____
- ○ ____
- ○ ____
- ○ ____
- ○ ____
- ○ ____

POTENTIAL AFFILIATES & SALES

- ○ ____
- ○ ____
- ○ ____
- ○ ____
- ○ ____
- ○ ____
- ○ ____
- ○ ____
- ○ ____

--- BLOG POST IDEA ---

WORKING TITLE: ANTICIPATED PUBLISH DATE:

SUBJECT/THEME: SERIES? Y N # ____

CATEGORIES:

OUTLINE:

NOTES:

RESEARCH

- ○
- ○
- ○
- ○
- ○
- ○
- ○
- ○
- ○

POTENTIAL AFFILIATES & SALES

- ○
- ○
- ○
- ○
- ○
- ○
- ○
- ○
- ○

BLOGS

--- BLOG LOG ---

BLOG TITLE: ____________________

SUBTITLE: ____________________

WRITTEN - BEGIN/END: __________ /__________ EDITED: __________ SCHEDULED ON: __________ LIVE ON: __________

CATEGORIES: ____________________

____

TEMPLATE USED: ____________________

SEO _____ % KEYWORDS - TAGS

- ☐ __________
- ☐ __________
- ☐ __________
- ☐ __________
- ☐ __________
- ☐ __________
- ☐ __________
- ☐ __________
- ☐ __________
- ☐ __________
- ☐ __________

CHECKLIST

- ☐ TITLE/HEADER
- ☐ THUMBNAIL
- ☐ FREEBIES/DOWNLOADS
- ☐ INTERNAL IMAGES (# ____)
- ☐ TEST INTERNAL LINKS
- ☐ TEST EXTERNAL LINKS
- ☐ TEST AFFILIATE LINKS
- ☐ __________
- ☐ __________
- ☐ __________
- ☐ __________

SOCIAL MEDIA / SHARE

- ☐ FB DATE/TIME: ________ FB LIKES______ FB SHARES________
- ☐ IG DATE/TIME: ________ IG LIKES______ IG SHARES________
- ☐ PINTEREST DATE/TIME __________
- ☐ __________
- ☐ MENTION IN NEWSLETTER/EMAIL? Y/N DATE:__________
- ☐ SHARE/ INFLUENCER __________
- ☐ __________
- ☐ __________
- ☐ __________
- ☐ __________
- ☐ __________

INTERNAL LINKS ____________________

____

____

EXTERNAL LINKS ____________________

____

____

____

____

AFFILIATES

STORE NAME ____________________ EARNINGS:__________

PRODUCT NAME ____________________

PRICE $ _______ # AVAIL _______ RE-CHECK PRODUCT AVAIL. ☐____ ☐____ ☐____ ☐____ ☐____

STORE NAME ____________________ EARNINGS:__________

PRODUCT NAME ____________________

PRICE $ _______ # AVAIL _______ RE-CHECK PRODUCT AVAIL. ☐____ ☐____ ☐____ ☐____ ☐____

STORE NAME ____________________ EARNINGS:__________

PRODUCT NAME ____________________

PRICE $ _______ # AVAIL _______ RE-CHECK PRODUCT AVAIL. ☐____ ☐____ ☐____ ☐____ ☐____

STORE NAME ____________________ EARNINGS:__________

PRODUCT NAME ____________________

PRICE $ _______ # AVAIL _______ RE-CHECK PRODUCT AVAIL. ☐____ ☐____ ☐____ ☐____ ☐____

--- BLOG LOG ---

BLOG TITLE: ____________________

SUBTITLE: ____________________

WRITTEN - BEGIN/END: ________ /________ EDITED: ________ SCHEDULED ON: ________ LIVE ON: ________

CATEGORIES: ____________________

____

TEMPLATE USED: ____________________

SEO _____ % KEYWORDS - TAGS

- ☐ ____________
- ☐ ____________
- ☐ ____________
- ☐ ____________
- ☐ ____________
- ☐ ____________
- ☐ ____________
- ☐ ____________
- ☐ ____________
- ☐ ____________
- ☐ ____________

CHECKLIST

- ☐ TITLE/HEADER
- ☐ THUMBNAIL
- ☐ FREEBIES/DOWNLOADS
- ☐ INTERNAL IMAGES (# ____)
- ☐ TEST INTERNAL LINKS
- ☐ TEST EXTERNAL LINKS
- ☐ TEST AFFILIATE LINKS
- ☐ ____________
- ☐ ____________
- ☐ ____________
- ☐ ____________

SOCIAL MEDIA / SHARE

- ☐ FB DATE/TIME: ________ FB LIKES______ FB SHARES________
- ☐ IG DATE/TIME: ________ IG LIKES______ IG SHARES________
- ☐ PINTEREST DATE/TIME ____________
- ☐ ____________
- ☐ MENTION IN NEWSLETTER/EMAIL? Y/ N DATE:____________
- ☐ SHARE/ INFLUENCER ____________
- ☐ ____________
- ☐ ____________
- ☐ ____________
- ☐ ____________
- ☐ ____________

INTERNAL LINKS ____________________

____

____

EXTERNAL LINKS ____________________

____

____

____

____

AFFILIATES

STORE NAME ____________________ EARNINGS:____________

PRODUCT NAME ____________________

PRICE $ ______ # AVAIL ______ RE-CHECK PRODUCT AVAIL. ☐____ ☐____ ☐____ ☐____ ☐____

STORE NAME ____________________ EARNINGS:____________

PRODUCT NAME ____________________

PRICE $ ______ # AVAIL ______ RE-CHECK PRODUCT AVAIL. ☐____ ☐____ ☐____ ☐____ ☐____

STORE NAME ____________________ EARNINGS:____________

PRODUCT NAME ____________________

PRICE $ ______ # AVAIL ______ RE-CHECK PRODUCT AVAIL. ☐____ ☐____ ☐____ ☐____ ☐____

STORE NAME ____________________ EARNINGS:____________

PRODUCT NAME ____________________

PRICE $ ______ # AVAIL ______ RE-CHECK PRODUCT AVAIL. ☐____ ☐____ ☐____ ☐____ ☐____

--- BLOG LOG ---

BLOG TITLE:

SUBTITLE:

WRITTEN - BEGIN/END: __________ /__________ EDITED: __________ SCHEDULED ON: __________ LIVE ON: __________

CATEGORIES: ____________________

TEMPLATE USED: ____________________

SEO _____ % KEYWORDS - TAGS

- ☐ ____________
- ☐ ____________
- ☐ ____________
- ☐ ____________
- ☐ ____________
- ☐ ____________
- ☐ ____________
- ☐ ____________
- ☐ ____________
- ☐ ____________
- ☐ ____________

CHECKLIST

- ☐ TITLE/HEADER
- ☐ THUMBNAIL
- ☐ FREEBIES/DOWNLOADS
- ☐ INTERNAL IMAGES (# ____)
- ☐ TEST INTERNAL LINKS
- ☐ TEST EXTERNAL LINKS
- ☐ TEST AFFILIATE LINKS
- ☐ ____________
- ☐ ____________
- ☐ ____________
- ☐ ____________

SOCIAL MEDIA / SHARE

- ☐ FB DATE/TIME: ________ FB LIKES______ FB SHARES________
- ☐ IG DATE/TIME: ________ IG LIKES______ IG SHARES________
- ☐ PINTEREST DATE/TIME ____________
- ☐ ____________
- ☐ MENTION IN NEWSLETTER/EMAIL? Y/N DATE:__________
- ☐ SHARE/ INFLUENCER ____________
- ☐ ____________
- ☐ ____________
- ☐ ____________
- ☐ ____________
- ☐ ____________

INTERNAL LINKS ____________

EXTERNAL LINKS ____________

AFFILIATES

STORE NAME ____________ EARNINGS:__________
PRODUCT NAME ____________

PRICE $ ______ # AVAIL ______ RE-CHECK PRODUCT AVAIL. ☐____ ☐____ ☐____ ☐____ ☐____

STORE NAME ____________ EARNINGS:__________
PRODUCT NAME ____________

PRICE $ ______ # AVAIL ______ RE-CHECK PRODUCT AVAIL. ☐____ ☐____ ☐____ ☐____ ☐____

STORE NAME ____________ EARNINGS:__________
PRODUCT NAME ____________

PRICE $ ______ # AVAIL ______ RE-CHECK PRODUCT AVAIL. ☐____ ☐____ ☐____ ☐____ ☐____

STORE NAME ____________ EARNINGS:__________
PRODUCT NAME ____________

PRICE $ ______ # AVAIL ______ RE-CHECK PRODUCT AVAIL. ☐____ ☐____ ☐____ ☐____ ☐____

--- BLOG LOG ---

BLOG TITLE:

SUBTITLE:

WRITTEN - BEGIN/END: ________ /________ EDITED: ________ SCHEDULED ON: ________ LIVE ON: ________

CATEGORIES: ____________________

____

TEMPLATE USED: ____________________

SEO ____ % KEYWORDS - TAGS

- ☐ ________
- ☐ ________
- ☐ ________
- ☐ ________
- ☐ ________
- ☐ ________
- ☐ ________
- ☐ ________
- ☐ ________
- ☐ ________
- ☐ ________

CHECKLIST

- ☐ TITLE/HEADER
- ☐ THUMBNAIL
- ☐ FREEBIES/DOWNLOADS
- ☐ INTERNAL IMAGES (# ____)
- ☐ TEST INTERNAL LINKS
- ☐ TEST EXTERNAL LINKS
- ☐ TEST AFFILIATE LINKS
- ☐ ________
- ☐ ________
- ☐ ________
- ☐ ________

SOCIAL MEDIA / SHARE

- ☐ FB DATE/TIME: ________ FB LIKES______ FB SHARES______
- ☐ IG DATE/TIME: ________ IG LIKES______ IG SHARES______
- ☐ PINTEREST DATE/TIME ________
- ☐ ________
- ☐ MENTION IN NEWSLETTER/EMAIL? Y/ N DATE:________
- ☐ SHARE/ INFLUENCER ________
- ☐ ________
- ☐ ________
- ☐ ________
- ☐ ________
- ☐ ________

INTERNAL LINKS ____________________

____

____

EXTERNAL LINKS ____________________

____

____

____

____

AFFILIATES

STORE NAME ________ EARNINGS:________

PRODUCT NAME ________

PRICE $ ______ # AVAIL ______ RE-CHECK PRODUCT AVAIL. ☐____ ☐____ ☐____ ☐____ ☐____

STORE NAME ________ EARNINGS:________

PRODUCT NAME ________

PRICE $ ______ # AVAIL ______ RE-CHECK PRODUCT AVAIL. ☐____ ☐____ ☐____ ☐____ ☐____

STORE NAME ________ EARNINGS:________

PRODUCT NAME ________

PRICE $ ______ # AVAIL ______ RE-CHECK PRODUCT AVAIL. ☐____ ☐____ ☐____ ☐____ ☐____

STORE NAME ________ EARNINGS:________

PRODUCT NAME ________

PRICE $ ______ # AVAIL ______ RE-CHECK PRODUCT AVAIL. ☐____ ☐____ ☐____ ☐____ ☐____

--- BLOG LOG ---

BLOG TITLE:

SUBTITLE:

WRITTEN - BEGIN/END: __________ /__________ EDITED: __________ SCHEDULED ON: __________ LIVE ON: __________

CATEGORIES: ______________________________

TEMPLATE USED: ______________________________

SEO _____ % KEYWORDS - TAGS	CHECKLIST	SOCIAL MEDIA / SHARE
☐ __________	☐ TITLE/HEADER	☐ FB DATE/TIME: ________ FB LIKES______ FB SHARES________
☐ __________	☐ THUMBNAIL	☐ IG DATE/TIME: ________ IG LIKES______ IG SHARES________
☐ __________	☐ FREEBIES/DOWNLOADS	☐ PINTEREST DATE/TIME __________
☐ __________	☐ INTERNAL IMAGES (# ____)	☐ __________
☐ __________	☐ TEST INTERNAL LINKS	☐ MENTION IN NEWSLETTER/EMAIL? Y/ N DATE:__________
☐ __________	☐ TEST EXTERNAL LINKS	☐ SHARE/ INFLUENCER __________
☐ __________	☐ TEST AFFILIATE LINKS	☐ __________
☐ __________	☐ __________	☐ __________
☐ __________	☐ __________	☐ __________
☐ __________	☐ __________	☐ __________
☐ __________	☐ __________	☐ __________

INTERNAL LINKS ______________________________

EXTERNAL LINKS ______________________________

AFFILIATES

STORE NAME ____________________ EARNINGS:__________

PRODUCT NAME ______________________________

PRICE $ _______ # AVAIL _______ RE-CHECK PRODUCT AVAIL. ☐____ ☐____ ☐____ ☐____ ☐____

STORE NAME ____________________ EARNINGS:__________

PRODUCT NAME ______________________________

PRICE $ _______ # AVAIL _______ RE-CHECK PRODUCT AVAIL. ☐____ ☐____ ☐____ ☐____ ☐____

STORE NAME ____________________ EARNINGS:__________

PRODUCT NAME ______________________________

PRICE $ _______ # AVAIL _______ RE-CHECK PRODUCT AVAIL. ☐____ ☐____ ☐____ ☐____ ☐____

STORE NAME ____________________ EARNINGS:__________

PRODUCT NAME ______________________________

PRICE $ _______ # AVAIL _______ RE-CHECK PRODUCT AVAIL. ☐____ ☐____ ☐____ ☐____ ☐____

--- BLOG LOG ---

BLOG TITLE:

SUBTITLE:

WRITTEN - BEGIN/END: ___________ /___________ EDITED: ___________ SCHEDULED ON: ___________ LIVE ON: ___________

CATEGORIES: ________________________________

TEMPLATE USED: ________________________________

SEO _____ % KEYWORDS - TAGS

- ☐ ______________________
- ☐ ______________________
- ☐ ______________________
- ☐ ______________________
- ☐ ______________________
- ☐ ______________________
- ☐ ______________________
- ☐ ______________________
- ☐ ______________________
- ☐ ______________________
- ☐ ______________________

CHECKLIST

- ☐ TITLE/HEADER
- ☐ THUMBNAIL
- ☐ FREEBIES/DOWNLOADS
- ☐ INTERNAL IMAGES (# ____)
- ☐ TEST INTERNAL LINKS
- ☐ TEST EXTERNAL LINKS
- ☐ TEST AFFILIATE LINKS
- ☐ ______________________
- ☐ ______________________
- ☐ ______________________
- ☐ ______________________

SOCIAL MEDIA / SHARE

- ☐ FB DATE/TIME: ________ FB LIKES______ FB SHARES________
- ☐ IG DATE/TIME: ________ IG LIKES______ IG SHARES________
- ☐ PINTEREST DATE/TIME ______________________
- ☐ ______________________
- ☐ MENTION IN NEWSLETTER/EMAIL? Y/ N DATE:__________
- ☐ SHARE/ INFLUENCER ______________________
- ☐ ______________________
- ☐ ______________________
- ☐ ______________________
- ☐ ______________________
- ☐ ______________________

INTERNAL LINKS

EXTERNAL LINKS

AFFILIATES

STORE NAME ______________________ EARNINGS:__________

PRODUCT NAME ______________________

PRICE $ _______ # AVAIL _______ RE-CHECK PRODUCT AVAIL. ☐____ ☐____ ☐____ ☐____ ☐____

STORE NAME ______________________ EARNINGS:__________

PRODUCT NAME ______________________

PRICE $ _______ # AVAIL _______ RE-CHECK PRODUCT AVAIL. ☐____ ☐____ ☐____ ☐____ ☐____

STORE NAME ______________________ EARNINGS:__________

PRODUCT NAME ______________________

PRICE $ _______ # AVAIL _______ RE-CHECK PRODUCT AVAIL. ☐____ ☐____ ☐____ ☐____ ☐____

STORE NAME ______________________ EARNINGS:__________

PRODUCT NAME ______________________

PRICE $ _______ # AVAIL _______ RE-CHECK PRODUCT AVAIL. ☐____ ☐____ ☐____ ☐____ ☐____

--- BLOG LOG ---

BLOG TITLE: ______________________________

SUBTITLE: ______________________________

WRITTEN - BEGIN/END: __________ /__________ EDITED: __________ SCHEDULED ON: __________ LIVE ON: __________

CATEGORIES: ______________________________

____

TEMPLATE USED: ______________________________

SEO _____ % KEYWORDS - TAGS

- ☐ ______________________
- ☐ ______________________
- ☐ ______________________
- ☐ ______________________
- ☐ ______________________
- ☐ ______________________
- ☐ ______________________
- ☐ ______________________
- ☐ ______________________
- ☐ ______________________
- ☐ ______________________

CHECKLIST

- ☐ TITLE/HEADER
- ☐ THUMBNAIL
- ☐ FREEBIES/DOWNLOADS
- ☐ INTERNAL IMAGES (# ____)
- ☐ TEST INTERNAL LINKS
- ☐ TEST EXTERNAL LINKS
- ☐ TEST AFFILIATE LINKS
- ☐ ______________________
- ☐ ______________________
- ☐ ______________________
- ☐ ______________________

SOCIAL MEDIA / SHARE

- ☐ FB DATE/TIME: ________ FB LIKES______ FB SHARES________
- ☐ IG DATE/TIME: ________ IG LIKES______ IG SHARES________
- ☐ PINTEREST DATE/TIME ______________________
- ☐ ______________________
- ☐ MENTION IN NEWSLETTER/EMAIL? Y/ N DATE:__________
- ☐ SHARE/ INFLUENCER ______________________
- ☐ ______________________
- ☐ ______________________
- ☐ ______________________
- ☐ ______________________
- ☐ ______________________

INTERNAL LINKS ______________________________

____

____

EXTERNAL LINKS ______________________________

____

____

____

____

AFFILIATES

STORE NAME ______________________ EARNINGS:__________

PRODUCT NAME ______________________________

PRICE $ _______ # AVAIL _______ RE-CHECK PRODUCT AVAIL. ☐____ ☐____ ☐____ ☐____ ☐____

STORE NAME ______________________ EARNINGS:__________

PRODUCT NAME ______________________________

PRICE $ _______ # AVAIL _______ RE-CHECK PRODUCT AVAIL. ☐____ ☐____ ☐____ ☐____ ☐____

STORE NAME ______________________ EARNINGS:__________

PRODUCT NAME ______________________________

PRICE $ _______ # AVAIL _______ RE-CHECK PRODUCT AVAIL. ☐____ ☐____ ☐____ ☐____ ☐____

STORE NAME ______________________ EARNINGS:__________

PRODUCT NAME ______________________________

PRICE $ _______ # AVAIL _______ RE-CHECK PRODUCT AVAIL. ☐____ ☐____ ☐____ ☐____ ☐____

--- BLOG LOG ---

BLOG TITLE:

SUBTITLE:

WRITTEN - BEGIN/END: ___________ /___________ EDITED: ___________ SCHEDULED ON: ___________ LIVE ON: ___________

CATEGORIES: ____

____

TEMPLATE USED: ____

SEO _____ % KEYWORDS - TAGS

- ☐ ____________________
- ☐ ____________________
- ☐ ____________________
- ☐ ____________________
- ☐ ____________________
- ☐ ____________________
- ☐ ____________________
- ☐ ____________________
- ☐ ____________________
- ☐ ____________________
- ☐ ____________________

CHECKLIST

- ☐ TITLE/HEADER
- ☐ THUMBNAIL
- ☐ FREEBIES/DOWNLOADS
- ☐ INTERNAL IMAGES (# ____)
- ☐ TEST INTERNAL LINKS
- ☐ TEST EXTERNAL LINKS
- ☐ TEST AFFILIATE LINKS
- ☐ ____________________
- ☐ ____________________
- ☐ ____________________
- ☐ ____________________

SOCIAL MEDIA / SHARE

- ☐ FB DATE/TIME: ________ FB LIKES______ FB SHARES________
- ☐ IG DATE/TIME: _________ IG LIKES_______ IG SHARES________
- ☐ PINTEREST DATE/TIME ____________________
- ☐ ____________________
- ☐ MENTION IN NEWSLETTER/EMAIL? Y/N DATE:____________
- ☐ SHARE/ INFLUENCER ____________________
- ☐ ____________________
- ☐ ____________________
- ☐ ____________________
- ☐ ____________________
- ☐ ____________________

INTERNAL LINKS ____

____

____

EXTERNAL LINKS ____

____

____

____

____

AFFILIATES

STORE NAME ______________________________ EARNINGS:____________

PRODUCT NAME ____

PRICE $ _______ # AVAIL _______ RE-CHECK PRODUCT AVAIL. ☐____ ☐____ ☐____ ☐____ ☐____

STORE NAME ______________________________ EARNINGS:____________

PRODUCT NAME ____

PRICE $ _______ # AVAIL _______ RE-CHECK PRODUCT AVAIL. ☐____ ☐____ ☐____ ☐____ ☐____

STORE NAME ______________________________ EARNINGS:____________

PRODUCT NAME ____

PRICE $ _______ # AVAIL _______ RE-CHECK PRODUCT AVAIL. ☐____ ☐____ ☐____ ☐____ ☐____

STORE NAME ______________________________ EARNINGS:____________

PRODUCT NAME ____

PRICE $ _______ # AVAIL _______ RE-CHECK PRODUCT AVAIL. ☐____ ☐____ ☐____ ☐____ ☐____

--- BLOG LOG ---

BLOG TITLE: ____________________

SUBTITLE: ____________________

WRITTEN - BEGIN/END: ________ /________ EDITED: ________ SCHEDULED ON: ________ LIVE ON: ________

CATEGORIES: ____________________

____

TEMPLATE USED: ____________________

SEO _____ % KEYWORDS - TAGS

- ☐ ____________________
- ☐ ____________________
- ☐ ____________________
- ☐ ____________________
- ☐ ____________________
- ☐ ____________________
- ☐ ____________________
- ☐ ____________________
- ☐ ____________________
- ☐ ____________________
- ☐ ____________________

CHECKLIST

- ☐ TITLE/HEADER
- ☐ THUMBNAIL
- ☐ FREEBIES/DOWNLOADS
- ☐ INTERNAL IMAGES (# ____)
- ☐ TEST INTERNAL LINKS
- ☐ TEST EXTERNAL LINKS
- ☐ TEST AFFILIATE LINKS
- ☐ ____________________
- ☐ ____________________
- ☐ ____________________
- ☐ ____________________

SOCIAL MEDIA / SHARE

- ☐ FB DATE/TIME: ________ FB LIKES______ FB SHARES________
- ☐ IG DATE/TIME: ________ IG LIKES______ IG SHARES________
- ☐ PINTEREST DATE/TIME ____________________
- ☐ ____________________
- ☐ MENTION IN NEWSLETTER/EMAIL? Y/ N DATE:____________
- ☐ SHARE/ INFLUENCER ____________________
- ☐ ____________________
- ☐ ____________________
- ☐ ____________________
- ☐ ____________________
- ☐ ____________________

INTERNAL LINKS ____________________

____

____

EXTERNAL LINKS ____________________

____

____

____

____

AFFILIATES

STORE NAME ____________________ EARNINGS:____________

PRODUCT NAME ____________________

PRICE $ _______ # AVAIL _______ RE-CHECK PRODUCT AVAIL. ☐____ ☐____ ☐____ ☐____ ☐____

STORE NAME ____________________ EARNINGS:____________

PRODUCT NAME ____________________

PRICE $ _______ # AVAIL _______ RE-CHECK PRODUCT AVAIL. ☐____ ☐____ ☐____ ☐____ ☐____

STORE NAME ____________________ EARNINGS:____________

PRODUCT NAME ____________________

PRICE $ _______ # AVAIL _______ RE-CHECK PRODUCT AVAIL. ☐____ ☐____ ☐____ ☐____ ☐____

STORE NAME ____________________ EARNINGS:____________

PRODUCT NAME ____________________

PRICE $ _______ # AVAIL _______ RE-CHECK PRODUCT AVAIL. ☐____ ☐____ ☐____ ☐____ ☐____

--- BLOG LOG ---

BLOG TITLE: ____________________

SUBTITLE: ____________________

WRITTEN - BEGIN/END: ________ /________ EDITED: ________ SCHEDULED ON: ________ LIVE ON: ________

CATEGORIES: ____________________

____

TEMPLATE USED: ____________________

SEO _____ % KEYWORDS - TAGS

- ☐ ________
- ☐ ________
- ☐ ________
- ☐ ________
- ☐ ________
- ☐ ________
- ☐ ________
- ☐ ________
- ☐ ________
- ☐ ________
- ☐ ________

CHECKLIST

- ☐ TITLE/HEADER
- ☐ THUMBNAIL
- ☐ FREEBIES/DOWNLOADS
- ☐ INTERNAL IMAGES (# ____)
- ☐ TEST INTERNAL LINKS
- ☐ TEST EXTERNAL LINKS
- ☐ TEST AFFILIATE LINKS
- ☐ ________
- ☐ ________
- ☐ ________
- ☐ ________

SOCIAL MEDIA / SHARE

- ☐ FB DATE/TIME: ________ FB LIKES______ FB SHARES________
- ☐ IG DATE/TIME: ________ IG LIKES______ IG SHARES________
- ☐ PINTEREST DATE/TIME ________
- ☐ ________
- ☐ MENTION IN NEWSLETTER/EMAIL? Y/ N DATE:________
- ☐ SHARE/ INFLUENCER ________
- ☐ ________
- ☐ ________
- ☐ ________
- ☐ ________
- ☐ ________

INTERNAL LINKS ____________________

EXTERNAL LINKS ____________________

AFFILIATES

STORE NAME ________ EARNINGS:________
PRODUCT NAME ________
PRICE $ ______ # AVAIL ______ RE-CHECK PRODUCT AVAIL. ☐____ ☐____ ☐____ ☐____ ☐____

STORE NAME ________ EARNINGS:________
PRODUCT NAME ________
PRICE $ ______ # AVAIL ______ RE-CHECK PRODUCT AVAIL. ☐____ ☐____ ☐____ ☐____ ☐____

STORE NAME ________ EARNINGS:________
PRODUCT NAME ________
PRICE $ ______ # AVAIL ______ RE-CHECK PRODUCT AVAIL. ☐____ ☐____ ☐____ ☐____ ☐____

STORE NAME ________ EARNINGS:________
PRODUCT NAME ________
PRICE $ ______ # AVAIL ______ RE-CHECK PRODUCT AVAIL. ☐____ ☐____ ☐____ ☐____ ☐____

--- BLOG LOG ---

BLOG TITLE:
SUBTITLE:

WRITTEN - BEGIN/END: __________ /__________ EDITED: __________ SCHEDULED ON: __________ LIVE ON: __________

CATEGORIES: ______________________________

TEMPLATE USED: ______________________________

SEO _____ % KEYWORDS - TAGS

- ☐ ______________________
- ☐ ______________________
- ☐ ______________________
- ☐ ______________________
- ☐ ______________________
- ☐ ______________________
- ☐ ______________________
- ☐ ______________________
- ☐ ______________________
- ☐ ______________________
- ☐ ______________________

CHECKLIST

- ☐ TITLE/HEADER
- ☐ THUMBNAIL
- ☐ FREEBIES/DOWNLOADS
- ☐ INTERNAL IMAGES (# ____)
- ☐ TEST INTERNAL LINKS
- ☐ TEST EXTERNAL LINKS
- ☐ TEST AFFILIATE LINKS
- ☐ ______________________
- ☐ ______________________
- ☐ ______________________
- ☐ ______________________

SOCIAL MEDIA / SHARE

- ☐ FB DATE/TIME: ________ FB LIKES______ FB SHARES________
- ☐ IG DATE/TIME: ________ IG LIKES______ IG SHARES________
- ☐ PINTEREST DATE/TIME ______________________
- ☐ ______________________
- ☐ MENTION IN NEWSLETTER/EMAIL? Y/N DATE:__________
- ☐ SHARE/ INFLUENCER ______________________
- ☐ ______________________
- ☐ ______________________
- ☐ ______________________
- ☐ ______________________
- ☐ ______________________

INTERNAL LINKS ______________________________

EXTERNAL LINKS ______________________________

AFFILIATES

STORE NAME ______________________ EARNINGS:__________
PRODUCT NAME ______________________

PRICE $ _______ # AVAIL _______ RE-CHECK PRODUCT AVAIL. ☐____ ☐____ ☐____ ☐____ ☐____

STORE NAME ______________________ EARNINGS:__________
PRODUCT NAME ______________________

PRICE $ _______ # AVAIL _______ RE-CHECK PRODUCT AVAIL. ☐____ ☐____ ☐____ ☐____ ☐____

STORE NAME ______________________ EARNINGS:__________
PRODUCT NAME ______________________

PRICE $ _______ # AVAIL _______ RE-CHECK PRODUCT AVAIL. ☐____ ☐____ ☐____ ☐____ ☐____

STORE NAME ______________________ EARNINGS:__________
PRODUCT NAME ______________________

PRICE $ _______ # AVAIL _______ RE-CHECK PRODUCT AVAIL. ☐____ ☐____ ☐____ ☐____ ☐____

--- BLOG LOG ---

BLOG TITLE: ________________

SUBTITLE: ________________

WRITTEN - BEGIN/END: __________ /__________ EDITED: __________ SCHEDULED ON: __________ LIVE ON: __________

CATEGORIES: ____

____

TEMPLATE USED: ____

SEO _____ % KEYWORDS - TAGS

- ☐ ____________________
- ☐ ____________________
- ☐ ____________________
- ☐ ____________________
- ☐ ____________________
- ☐ ____________________
- ☐ ____________________
- ☐ ____________________
- ☐ ____________________
- ☐ ____________________
- ☐ ____________________

CHECKLIST

- ☐ TITLE/HEADER
- ☐ THUMBNAIL
- ☐ FREEBIES/DOWNLOADS
- ☐ INTERNAL IMAGES (# ____)
- ☐ TEST INTERNAL LINKS
- ☐ TEST EXTERNAL LINKS
- ☐ TEST AFFILIATE LINKS
- ☐ ____________________
- ☐ ____________________
- ☐ ____________________
- ☐ ____________________

SOCIAL MEDIA / SHARE

- ☐ FB DATE/TIME: ________ FB LIKES______ FB SHARES________
- ☐ IG DATE/TIME: ________ IG LIKES______ IG SHARES________
- ☐ PINTEREST DATE/TIME ____________________
- ☐ ____________________
- ☐ MENTION IN NEWSLETTER/EMAIL? Y/ N DATE:__________
- ☐ SHARE/ INFLUENCER ____________________
- ☐ ____________________
- ☐ ____________________
- ☐ ____________________
- ☐ ____________________
- ☐ ____________________

INTERNAL LINKS ____

____

____

EXTERNAL LINKS ____

____

____

____

____

AFFILIATES

STORE NAME ______________________ EARNINGS:__________

PRODUCT NAME ______________________

PRICE $ _______ # AVAIL _______ RE-CHECK PRODUCT AVAIL. ☐_____ ☐_____ ☐_____ ☐_____ ☐_____

STORE NAME ______________________ EARNINGS:__________

PRODUCT NAME ______________________

PRICE $ _______ # AVAIL _______ RE-CHECK PRODUCT AVAIL. ☐_____ ☐_____ ☐_____ ☐_____ ☐_____

STORE NAME ______________________ EARNINGS:__________

PRODUCT NAME ______________________

PRICE $ _______ # AVAIL _______ RE-CHECK PRODUCT AVAIL. ☐_____ ☐_____ ☐_____ ☐_____ ☐_____

STORE NAME ______________________ EARNINGS:__________

PRODUCT NAME ______________________

PRICE $ _______ # AVAIL _______ RE-CHECK PRODUCT AVAIL. ☐_____ ☐_____ ☐_____ ☐_____ ☐_____

--- BLOG LOG ---

BLOG TITLE: ____________________

SUBTITLE: ____________________

WRITTEN - BEGIN/END: ________ / ________ EDITED: ________ SCHEDULED ON: ________ LIVE ON: ________

CATEGORIES: ____________________

____

TEMPLATE USED: ____________________

SEO _____ % KEYWORDS - TAGS

- ☐ ____________
- ☐ ____________
- ☐ ____________
- ☐ ____________
- ☐ ____________
- ☐ ____________
- ☐ ____________
- ☐ ____________
- ☐ ____________
- ☐ ____________
- ☐ ____________

CHECKLIST

- ☐ TITLE/HEADER
- ☐ THUMBNAIL
- ☐ FREEBIES/DOWNLOADS
- ☐ INTERNAL IMAGES (# ____)
- ☐ TEST INTERNAL LINKS
- ☐ TEST EXTERNAL LINKS
- ☐ TEST AFFILIATE LINKS
- ☐ ____________
- ☐ ____________
- ☐ ____________
- ☐ ____________

SOCIAL MEDIA / SHARE

- ☐ FB DATE/TIME: ______ FB LIKES______ FB SHARES______
- ☐ IG DATE/TIME: ______ IG LIKES______ IG SHARES______
- ☐ PINTEREST DATE/TIME ____________
- ☐ ____________
- ☐ MENTION IN NEWSLETTER/EMAIL? Y/N DATE:________
- ☐ SHARE/ INFLUENCER ____________
- ☐ ____________
- ☐ ____________
- ☐ ____________
- ☐ ____________
- ☐ ____________

INTERNAL LINKS ____________________

____

____

EXTERNAL LINKS ____________________

____

____

____

____

AFFILIATES

STORE NAME ____________________ EARNINGS:________

PRODUCT NAME ____________________

PRICE $ ______ # AVAIL ______ RE-CHECK PRODUCT AVAIL. ☐____ ☐____ ☐____ ☐____ ☐____

STORE NAME ____________________ EARNINGS:________

PRODUCT NAME ____________________

PRICE $ ______ # AVAIL ______ RE-CHECK PRODUCT AVAIL. ☐____ ☐____ ☐____ ☐____ ☐____

STORE NAME ____________________ EARNINGS:________

PRODUCT NAME ____________________

PRICE $ ______ # AVAIL ______ RE-CHECK PRODUCT AVAIL. ☐____ ☐____ ☐____ ☐____ ☐____

STORE NAME ____________________ EARNINGS:________

PRODUCT NAME ____________________

PRICE $ ______ # AVAIL ______ RE-CHECK PRODUCT AVAIL. ☐____ ☐____ ☐____ ☐____ ☐____

--- BLOG LOG ---

BLOG TITLE:

SUBTITLE:

WRITTEN - BEGIN/END: ___________ /___________ EDITED: ___________ SCHEDULED ON: ___________ LIVE ON: __________

CATEGORIES: ____

____

TEMPLATE USED: ____

SEO _____ % KEYWORDS - TAGS

- ☐ ______________________
- ☐ ______________________
- ☐ ______________________
- ☐ ______________________
- ☐ ______________________
- ☐ ______________________
- ☐ ______________________
- ☐ ______________________
- ☐ ______________________
- ☐ ______________________
- ☐ ______________________

CHECKLIST

- ☐ TITLE/HEADER
- ☐ THUMBNAIL
- ☐ FREEBIES/DOWNLOADS
- ☐ INTERNAL IMAGES (# ____)
- ☐ TEST INTERNAL LINKS
- ☐ TEST EXTERNAL LINKS
- ☐ TEST AFFILIATE LINKS
- ☐ ______________________
- ☐ ______________________
- ☐ ______________________
- ☐ ______________________

SOCIAL MEDIA / SHARE

- ☐ FB DATE/TIME: ________ FB LIKES______ FB SHARES________
- ☐ IG DATE/TIME: ________ IG LIKES______ IG SHARES________
- ☐ PINTEREST DATE/TIME ______________________
- ☐ ______________________
- ☐ MENTION IN NEWSLETTER/EMAIL? Y/ N DATE:___________
- ☐ SHARE/ INFLUENCER ______________________
- ☐ ______________________
- ☐ ______________________
- ☐ ______________________
- ☐ ______________________
- ☐ ______________________

INTERNAL LINKS ____

____

____

EXTERNAL LINKS ____

____

____

____

____

AFFILIATES

STORE NAME ______________________________ EARNINGS:______________

PRODUCT NAME ____

PRICE $ _______ # AVAIL _______ RE-CHECK PRODUCT AVAIL. ☐_____ ☐_____ ☐_____ ☐_____ ☐_____

STORE NAME ______________________________ EARNINGS:______________

PRODUCT NAME ____

PRICE $ _______ # AVAIL _______ RE-CHECK PRODUCT AVAIL. ☐_____ ☐_____ ☐_____ ☐_____ ☐_____

STORE NAME ______________________________ EARNINGS:______________

PRODUCT NAME ____

PRICE $ _______ # AVAIL _______ RE-CHECK PRODUCT AVAIL. ☐_____ ☐_____ ☐_____ ☐_____ ☐_____

STORE NAME ______________________________ EARNINGS:______________

PRODUCT NAME ____

PRICE $ _______ # AVAIL _______ RE-CHECK PRODUCT AVAIL. ☐_____ ☐_____ ☐_____ ☐_____ ☐_____

--- BLOG LOG ---

BLOG TITLE:
SUBTITLE:

WRITTEN - BEGIN/END: ___________ /___________ EDITED: ___________ SCHEDULED ON: ___________ LIVE ON: ___________

CATEGORIES: ______________________________

TEMPLATE USED: ______________________________

SEO _____ % KEYWORDS - TAGS

- ☐ ______________
- ☐ ______________
- ☐ ______________
- ☐ ______________
- ☐ ______________
- ☐ ______________
- ☐ ______________
- ☐ ______________
- ☐ ______________
- ☐ ______________
- ☐ ______________

CHECKLIST

- ☐ TITLE/HEADER
- ☐ THUMBNAIL
- ☐ FREEBIES/DOWNLOADS
- ☐ INTERNAL IMAGES (# ____)
- ☐ TEST INTERNAL LINKS
- ☐ TEST EXTERNAL LINKS
- ☐ TEST AFFILIATE LINKS
- ☐ ______________
- ☐ ______________
- ☐ ______________
- ☐ ______________

SOCIAL MEDIA / SHARE

- ☐ FB DATE/TIME: ________ FB LIKES______ FB SHARES________
- ☐ IG DATE/TIME: ________ IG LIKES______ IG SHARES________
- ☐ PINTEREST DATE/TIME ______________
- ☐ ______________
- ☐ MENTION IN NEWSLETTER/EMAIL? Y/N DATE:__________
- ☐ SHARE/ INFLUENCER ______________
- ☐ ______________
- ☐ ______________
- ☐ ______________
- ☐ ______________
- ☐ ______________

INTERNAL LINKS ______________________________

EXTERNAL LINKS ______________________________

AFFILIATES

STORE NAME ______________________ EARNINGS:__________
PRODUCT NAME ______________________________

PRICE $ _______ # AVAIL _______ RE-CHECK PRODUCT AVAIL. ☐____ ☐____ ☐____ ☐____ ☐____

STORE NAME ______________________ EARNINGS:__________
PRODUCT NAME ______________________________

PRICE $ _______ # AVAIL _______ RE-CHECK PRODUCT AVAIL. ☐____ ☐____ ☐____ ☐____ ☐____

STORE NAME ______________________ EARNINGS:__________
PRODUCT NAME ______________________________

PRICE $ _______ # AVAIL _______ RE-CHECK PRODUCT AVAIL. ☐____ ☐____ ☐____ ☐____ ☐____

STORE NAME ______________________ EARNINGS:__________
PRODUCT NAME ______________________________

PRICE $ _______ # AVAIL _______ RE-CHECK PRODUCT AVAIL. ☐____ ☐____ ☐____ ☐____ ☐____

--- BLOG LOG ---

BLOG TITLE: ______________________________

SUBTITLE: ______________________________

WRITTEN - BEGIN/END: __________ /__________ EDITED: __________ SCHEDULED ON: __________ LIVE ON: __________

CATEGORIES: ______________________________

____

TEMPLATE USED: ______________________________

SEO _____ % KEYWORDS - TAGS

- ☐ ______________________
- ☐ ______________________
- ☐ ______________________
- ☐ ______________________
- ☐ ______________________
- ☐ ______________________
- ☐ ______________________
- ☐ ______________________
- ☐ ______________________
- ☐ ______________________
- ☐ ______________________

CHECKLIST

- ☐ TITLE/HEADER
- ☐ THUMBNAIL
- ☐ FREEBIES/DOWNLOADS
- ☐ INTERNAL IMAGES (# ____)
- ☐ TEST INTERNAL LINKS
- ☐ TEST EXTERNAL LINKS
- ☐ TEST AFFILIATE LINKS
- ☐ ______________________
- ☐ ______________________
- ☐ ______________________
- ☐ ______________________

SOCIAL MEDIA / SHARE

- ☐ FB DATE/TIME: ________ FB LIKES________ FB SHARES________
- ☐ IG DATE/TIME: ________ IG LIKES________ IG SHARES________
- ☐ PINTEREST DATE/TIME ______________________
- ☐ ______________________
- ☐ MENTION IN NEWSLETTER/EMAIL? Y/ N DATE:____________
- ☐ SHARE/ INFLUENCER ______________________
- ☐ ______________________
- ☐ ______________________
- ☐ ______________________
- ☐ ______________________
- ☐ ______________________

INTERNAL LINKS ______________________________

____

____

EXTERNAL LINKS ______________________________

____

____

____

____

AFFILIATES

STORE NAME ______________________ EARNINGS:______________

PRODUCT NAME ______________________________

PRICE $ _______ # AVAIL _______ RE-CHECK PRODUCT AVAIL. ☐____ ☐____ ☐____ ☐____ ☐____

STORE NAME ______________________ EARNINGS:______________

PRODUCT NAME ______________________________

PRICE $ _______ # AVAIL _______ RE-CHECK PRODUCT AVAIL. ☐____ ☐____ ☐____ ☐____ ☐____

STORE NAME ______________________ EARNINGS:______________

PRODUCT NAME ______________________________

PRICE $ _______ # AVAIL _______ RE-CHECK PRODUCT AVAIL. ☐____ ☐____ ☐____ ☐____ ☐____

STORE NAME ______________________ EARNINGS:______________

PRODUCT NAME ______________________________

PRICE $ _______ # AVAIL _______ RE-CHECK PRODUCT AVAIL. ☐____ ☐____ ☐____ ☐____ ☐____

--- BLOG LOG ---

BLOG TITLE:

SUBTITLE:

WRITTEN - BEGIN/END: ______ / ______ EDITED: ______ SCHEDULED ON: ______ LIVE ON: ______

CATEGORIES: ______

TEMPLATE USED: ______

SEO ____ % KEYWORDS - TAGS

- ☐ ______
- ☐ ______
- ☐ ______
- ☐ ______
- ☐ ______
- ☐ ______
- ☐ ______
- ☐ ______
- ☐ ______
- ☐ ______
- ☐ ______

CHECKLIST

- ☐ TITLE/HEADER
- ☐ THUMBNAIL
- ☐ FREEBIES/DOWNLOADS
- ☐ INTERNAL IMAGES (# ____)
- ☐ TEST INTERNAL LINKS
- ☐ TEST EXTERNAL LINKS
- ☐ TEST AFFILIATE LINKS
- ☐ ______
- ☐ ______
- ☐ ______
- ☐ ______

SOCIAL MEDIA / SHARE

- ☐ FB DATE/TIME: ______ FB LIKES______ FB SHARES______
- ☐ IG DATE/TIME: ______ IG LIKES______ IG SHARES______
- ☐ PINTEREST DATE/TIME ______
- ☐ ______
- ☐ MENTION IN NEWSLETTER/EMAIL? Y/N DATE:______
- ☐ SHARE/ INFLUENCER ______
- ☐ ______
- ☐ ______
- ☐ ______
- ☐ ______
- ☐ ______

INTERNAL LINKS ______

EXTERNAL LINKS ______

AFFILIATES

STORE NAME ______ EARNINGS:______

PRODUCT NAME ______

PRICE $ ______ # AVAIL ______ RE-CHECK PRODUCT AVAIL. ☐____ ☐____ ☐____ ☐____ ☐____

STORE NAME ______ EARNINGS:______

PRODUCT NAME ______

PRICE $ ______ # AVAIL ______ RE-CHECK PRODUCT AVAIL. ☐____ ☐____ ☐____ ☐____ ☐____

STORE NAME ______ EARNINGS:______

PRODUCT NAME ______

PRICE $ ______ # AVAIL ______ RE-CHECK PRODUCT AVAIL. ☐____ ☐____ ☐____ ☐____ ☐____

STORE NAME ______ EARNINGS:______

PRODUCT NAME ______

PRICE $ ______ # AVAIL ______ RE-CHECK PRODUCT AVAIL. ☐____ ☐____ ☐____ ☐____ ☐____

--- BLOG LOG ---

BLOG TITLE:

SUBTITLE:

WRITTEN - BEGIN/END: ________ /________ EDITED: ________ SCHEDULED ON: ________ LIVE ON: ________

CATEGORIES: ____

TEMPLATE USED: ____

SEO ____ % KEYWORDS - TAGS

- ☐ ________
- ☐ ________
- ☐ ________
- ☐ ________
- ☐ ________
- ☐ ________
- ☐ ________
- ☐ ________
- ☐ ________
- ☐ ________
- ☐ ________

CHECKLIST

- ☐ TITLE/HEADER
- ☐ THUMBNAIL
- ☐ FREEBIES/DOWNLOADS
- ☐ INTERNAL IMAGES (# ____)
- ☐ TEST INTERNAL LINKS
- ☐ TEST EXTERNAL LINKS
- ☐ TEST AFFILIATE LINKS
- ☐ ________
- ☐ ________
- ☐ ________
- ☐ ________

SOCIAL MEDIA / SHARE

- ☐ FB DATE/TIME: ______ FB LIKES______ FB SHARES______
- ☐ IG DATE/TIME: ______ IG LIKES______ IG SHARES______
- ☐ PINTEREST DATE/TIME ________
- ☐ ________
- ☐ MENTION IN NEWSLETTER/EMAIL? Y/ N DATE:________
- ☐ SHARE/ INFLUENCER ________
- ☐ ________
- ☐ ________
- ☐ ________
- ☐ ________
- ☐ ________

INTERNAL LINKS ____

EXTERNAL LINKS ____

AFFILIATES

STORE NAME ________________ EARNINGS:________

PRODUCT NAME ________________

PRICE $ ______ # AVAIL ______ RE-CHECK PRODUCT AVAIL. ☐____ ☐____ ☐____ ☐____ ☐____

STORE NAME ________________ EARNINGS:________

PRODUCT NAME ________________

PRICE $ ______ # AVAIL ______ RE-CHECK PRODUCT AVAIL. ☐____ ☐____ ☐____ ☐____ ☐____

STORE NAME ________________ EARNINGS:________

PRODUCT NAME ________________

PRICE $ ______ # AVAIL ______ RE-CHECK PRODUCT AVAIL. ☐____ ☐____ ☐____ ☐____ ☐____

STORE NAME ________________ EARNINGS:________

PRODUCT NAME ________________

PRICE $ ______ # AVAIL ______ RE-CHECK PRODUCT AVAIL. ☐____ ☐____ ☐____ ☐____ ☐____

--- BLOG LOG ---

BLOG TITLE:

SUBTITLE:

WRITTEN - BEGIN/END: __________ /__________ EDITED: __________ SCHEDULED ON: __________ LIVE ON: __________

CATEGORIES: ____________________

____

TEMPLATE USED: ____________________

SEO _____ % KEYWORDS - TAGS	CHECKLIST	SOCIAL MEDIA / SHARE
☐ __________	☐ TITLE/HEADER	☐ FB DATE/TIME: _______ FB LIKES_____ FB SHARES_______
☐ __________	☐ THUMBNAIL	☐ IG DATE/TIME: _______ IG LIKES_____ IG SHARES_______
☐ __________	☐ FREEBIES/DOWNLOADS	☐ PINTEREST DATE/TIME __________
☐ __________	☐ INTERNAL IMAGES (# ____)	☐ __________
☐ __________	☐ TEST INTERNAL LINKS	☐ MENTION IN NEWSLETTER/EMAIL? Y/ N DATE:__________
☐ __________	☐ TEST EXTERNAL LINKS	☐ SHARE/ INFLUENCER __________
☐ __________	☐ TEST AFFILIATE LINKS	☐ __________
☐ __________	☐ __________	☐ __________
☐ __________	☐ __________	☐ __________
☐ __________	☐ __________	☐ __________
☐ __________	☐ __________	☐ __________

INTERNAL LINKS ____________________

____

____

EXTERNAL LINKS ____________________

____

____

____

____

AFFILIATES

STORE NAME ____________________ EARNINGS:__________

PRODUCT NAME ____________________

PRICE $ _______ # AVAIL _______ RE-CHECK PRODUCT AVAIL. ☐____ ☐____ ☐____ ☐____ ☐____

STORE NAME ____________________ EARNINGS:__________

PRODUCT NAME ____________________

PRICE $ _______ # AVAIL _______ RE-CHECK PRODUCT AVAIL. ☐____ ☐____ ☐____ ☐____ ☐____

STORE NAME ____________________ EARNINGS:__________

PRODUCT NAME ____________________

PRICE $ _______ # AVAIL _______ RE-CHECK PRODUCT AVAIL. ☐____ ☐____ ☐____ ☐____ ☐____

STORE NAME ____________________ EARNINGS:__________

PRODUCT NAME ____________________

PRICE $ _______ # AVAIL _______ RE-CHECK PRODUCT AVAIL. ☐____ ☐____ ☐____ ☐____ ☐____

--- BLOG LOG ---

BLOG TITLE: ____________________

SUBTITLE: ____________________

WRITTEN - BEGIN/END: __________ /__________ EDITED: __________ SCHEDULED ON: __________ LIVE ON: __________

CATEGORIES: ____________________

____

TEMPLATE USED: ____________________

SEO _____ % KEYWORDS - TAGS

- ☐ ____________________
- ☐ ____________________
- ☐ ____________________
- ☐ ____________________
- ☐ ____________________
- ☐ ____________________
- ☐ ____________________
- ☐ ____________________
- ☐ ____________________
- ☐ ____________________
- ☐ ____________________

CHECKLIST

- ☐ TITLE/HEADER
- ☐ THUMBNAIL
- ☐ FREEBIES/DOWNLOADS
- ☐ INTERNAL IMAGES (# ____)
- ☐ TEST INTERNAL LINKS
- ☐ TEST EXTERNAL LINKS
- ☐ TEST AFFILIATE LINKS
- ☐ ____________________
- ☐ ____________________
- ☐ ____________________
- ☐ ____________________

SOCIAL MEDIA / SHARE

- ☐ FB DATE/TIME: ________ FB LIKES______ FB SHARES________
- ☐ IG DATE/TIME: ________ IG LIKES______ IG SHARES________
- ☐ PINTEREST DATE/TIME ____________________
- ☐ ____________________
- ☐ MENTION IN NEWSLETTER/EMAIL? Y/ N DATE:____________
- ☐ SHARE/ INFLUENCER ____________________
- ☐ ____________________
- ☐ ____________________
- ☐ ____________________
- ☐ ____________________
- ☐ ____________________

INTERNAL LINKS ____________________

____

____

EXTERNAL LINKS ____________________

____

____

____

____

AFFILIATES

STORE NAME ____________________ EARNINGS:__________

PRODUCT NAME ____________________

PRICE $ _______ # AVAIL _______ RE-CHECK PRODUCT AVAIL. ☐____ ☐____ ☐____ ☐____ ☐____

STORE NAME ____________________ EARNINGS:__________

PRODUCT NAME ____________________

PRICE $ _______ # AVAIL _______ RE-CHECK PRODUCT AVAIL. ☐____ ☐____ ☐____ ☐____ ☐____

STORE NAME ____________________ EARNINGS:__________

PRODUCT NAME ____________________

PRICE $ _______ # AVAIL _______ RE-CHECK PRODUCT AVAIL. ☐____ ☐____ ☐____ ☐____ ☐____

STORE NAME ____________________ EARNINGS:__________

PRODUCT NAME ____________________

PRICE $ _______ # AVAIL _______ RE-CHECK PRODUCT AVAIL. ☐____ ☐____ ☐____ ☐____ ☐____

--- BLOG LOG ---

BLOG TITLE:

SUBTITLE:

WRITTEN - BEGIN/END: __________ / __________ EDITED: __________ SCHEDULED ON: __________ LIVE ON: __________

CATEGORIES: ____________________

____

TEMPLATE USED: ____________________

SEO _____ % KEYWORDS - TAGS

- ☐ __________
- ☐ __________
- ☐ __________
- ☐ __________
- ☐ __________
- ☐ __________
- ☐ __________
- ☐ __________
- ☐ __________
- ☐ __________
- ☐ __________

CHECKLIST

- ☐ TITLE/HEADER
- ☐ THUMBNAIL
- ☐ FREEBIES/DOWNLOADS
- ☐ INTERNAL IMAGES (# ____)
- ☐ TEST INTERNAL LINKS
- ☐ TEST EXTERNAL LINKS
- ☐ TEST AFFILIATE LINKS
- ☐ __________
- ☐ __________
- ☐ __________
- ☐ __________

SOCIAL MEDIA / SHARE

- ☐ FB DATE/TIME: ________ FB LIKES______ FB SHARES________
- ☐ IG DATE/TIME: ________ IG LIKES______ IG SHARES________
- ☐ PINTEREST DATE/TIME __________
- ☐ __________
- ☐ MENTION IN NEWSLETTER/EMAIL? Y/ N DATE:__________
- ☐ SHARE/ INFLUENCER __________
- ☐ __________
- ☐ __________
- ☐ __________
- ☐ __________
- ☐ __________

INTERNAL LINKS __________

____

____

EXTERNAL LINKS __________

____

____

____

____

AFFILIATES

STORE NAME __________ EARNINGS:__________

PRODUCT NAME __________

PRICE $ _______ # AVAIL _______ RE-CHECK PRODUCT AVAIL. ☐____ ☐____ ☐____ ☐____ ☐____

STORE NAME __________ EARNINGS:__________

PRODUCT NAME __________

PRICE $ _______ # AVAIL _______ RE-CHECK PRODUCT AVAIL. ☐____ ☐____ ☐____ ☐____ ☐____

STORE NAME __________ EARNINGS:__________

PRODUCT NAME __________

PRICE $ _______ # AVAIL _______ RE-CHECK PRODUCT AVAIL. ☐____ ☐____ ☐____ ☐____ ☐____

STORE NAME __________ EARNINGS:__________

PRODUCT NAME __________

PRICE $ _______ # AVAIL _______ RE-CHECK PRODUCT AVAIL. ☐____ ☐____ ☐____ ☐____ ☐____

--- BLOG LOG ---

BLOG TITLE:

SUBTITLE:

WRITTEN - BEGIN/END: __________ /__________ EDITED: __________ SCHEDULED ON: __________ LIVE ON: __________

CATEGORIES: ______________________________

____

TEMPLATE USED: ______________________________

SEO _____ % KEYWORDS - TAGS

- ☐ ____________________
- ☐ ____________________
- ☐ ____________________
- ☐ ____________________
- ☐ ____________________
- ☐ ____________________
- ☐ ____________________
- ☐ ____________________
- ☐ ____________________
- ☐ ____________________
- ☐ ____________________

CHECKLIST

- ☐ TITLE/HEADER
- ☐ THUMBNAIL
- ☐ FREEBIES/DOWNLOADS
- ☐ INTERNAL IMAGES (# ____)
- ☐ TEST INTERNAL LINKS
- ☐ TEST EXTERNAL LINKS
- ☐ TEST AFFILIATE LINKS
- ☐ ____________________
- ☐ ____________________
- ☐ ____________________
- ☐ ____________________

SOCIAL MEDIA / SHARE

- ☐ FB DATE/TIME: ________ FB LIKES______ FB SHARES________
- ☐ IG DATE/TIME: ________ IG LIKES______ IG SHARES________
- ☐ PINTEREST DATE/TIME ____________________
- ☐ ____________________
- ☐ MENTION IN NEWSLETTER/EMAIL? Y/ N DATE:__________
- ☐ SHARE/ INFLUENCER ____________________
- ☐ ____________________
- ☐ ____________________
- ☐ ____________________
- ☐ ____________________
- ☐ ____________________

INTERNAL LINKS ______________________________

____

____

EXTERNAL LINKS ______________________________

____

____

____

____

AFFILIATES

STORE NAME ______________________________ EARNINGS:__________

PRODUCT NAME ______________________________

PRICE $ _______ # AVAIL _______ RE-CHECK PRODUCT AVAIL. ☐_____ ☐_____ ☐_____ ☐_____ ☐_____

STORE NAME ______________________________ EARNINGS:__________

PRODUCT NAME ______________________________

PRICE $ _______ # AVAIL _______ RE-CHECK PRODUCT AVAIL. ☐_____ ☐_____ ☐_____ ☐_____ ☐_____

STORE NAME ______________________________ EARNINGS:__________

PRODUCT NAME ______________________________

PRICE $ _______ # AVAIL _______ RE-CHECK PRODUCT AVAIL. ☐_____ ☐_____ ☐_____ ☐_____ ☐_____

STORE NAME ______________________________ EARNINGS:__________

PRODUCT NAME ______________________________

PRICE $ _______ # AVAIL _______ RE-CHECK PRODUCT AVAIL. ☐_____ ☐_____ ☐_____ ☐_____ ☐_____

--- BLOG LOG ---

BLOG TITLE:

SUBTITLE:

WRITTEN - BEGIN/END: ___________ /___________ EDITED: ___________ SCHEDULED ON: ___________ LIVE ON: ___________

CATEGORIES: ____

____

TEMPLATE USED: ____

SEO _____ % KEYWORDS - TAGS

- ☐ ____________________
- ☐ ____________________
- ☐ ____________________
- ☐ ____________________
- ☐ ____________________
- ☐ ____________________
- ☐ ____________________
- ☐ ____________________
- ☐ ____________________
- ☐ ____________________
- ☐ ____________________

CHECKLIST

- ☐ TITLE/HEADER
- ☐ THUMBNAIL
- ☐ FREEBIES/DOWNLOADS
- ☐ INTERNAL IMAGES (# ____)
- ☐ TEST INTERNAL LINKS
- ☐ TEST EXTERNAL LINKS
- ☐ TEST AFFILIATE LINKS
- ☐ ____________________
- ☐ ____________________
- ☐ ____________________
- ☐ ____________________

SOCIAL MEDIA / SHARE

- ☐ FB DATE/TIME: ________ FB LIKES______ FB SHARES________
- ☐ IG DATE/TIME: ________ IG LIKES______ IG SHARES________
- ☐ PINTEREST DATE/TIME ____________________
- ☐ ____________________
- ☐ MENTION IN NEWSLETTER/EMAIL? Y/N DATE:__________
- ☐ SHARE/ INFLUENCER ____________________
- ☐ ____________________
- ☐ ____________________
- ☐ ____________________
- ☐ ____________________
- ☐ ____________________

INTERNAL LINKS ____

____

____

EXTERNAL LINKS ____

____

____

____

____

AFFILIATES

STORE NAME ______________________ EARNINGS:__________

PRODUCT NAME ______________________

PRICE $ _______ # AVAIL _______ RE-CHECK PRODUCT AVAIL. ☐____ ☐____ ☐____ ☐____ ☐____

STORE NAME ______________________ EARNINGS:__________

PRODUCT NAME ______________________

PRICE $ _______ # AVAIL _______ RE-CHECK PRODUCT AVAIL. ☐____ ☐____ ☐____ ☐____ ☐____

STORE NAME ______________________ EARNINGS:__________

PRODUCT NAME ______________________

PRICE $ _______ # AVAIL _______ RE-CHECK PRODUCT AVAIL. ☐____ ☐____ ☐____ ☐____ ☐____

STORE NAME ______________________ EARNINGS:__________

PRODUCT NAME ______________________

PRICE $ _______ # AVAIL _______ RE-CHECK PRODUCT AVAIL. ☐____ ☐____ ☐____ ☐____ ☐____

--- BLOG LOG ---

BLOG TITLE:

SUBTITLE:

WRITTEN - BEGIN/END: ___________ /___________ EDITED: ___________ SCHEDULED ON: ___________ LIVE ON: ___________

CATEGORIES: ______________________________

TEMPLATE USED: ______________________________

SEO _____ % KEYWORDS - TAGS

- ☐ ____________________
- ☐ ____________________
- ☐ ____________________
- ☐ ____________________
- ☐ ____________________
- ☐ ____________________
- ☐ ____________________
- ☐ ____________________
- ☐ ____________________
- ☐ ____________________
- ☐ ____________________

CHECKLIST

- ☐ TITLE/HEADER
- ☐ THUMBNAIL
- ☐ FREEBIES/DOWNLOADS
- ☐ INTERNAL IMAGES (# ____)
- ☐ TEST INTERNAL LINKS
- ☐ TEST EXTERNAL LINKS
- ☐ TEST AFFILIATE LINKS
- ☐ ____________________
- ☐ ____________________
- ☐ ____________________
- ☐ ____________________

SOCIAL MEDIA / SHARE

- ☐ FB DATE/TIME: ________ FB LIKES______ FB SHARES________
- ☐ IG DATE/TIME: _________ IG LIKES______ IG SHARES________
- ☐ PINTEREST DATE/TIME ____________________
- ☐ ____________________
- ☐ MENTION IN NEWSLETTER/EMAIL? Y/ N DATE:____________
- ☐ SHARE/ INFLUENCER ____________________
- ☐ ____________________
- ☐ ____________________
- ☐ ____________________
- ☐ ____________________
- ☐ ____________________

INTERNAL LINKS ______________________________

EXTERNAL LINKS ______________________________

AFFILIATES

STORE NAME ______________________ EARNINGS:__________

PRODUCT NAME ______________________________

PRICE $ _______ # AVAIL _______ RE-CHECK PRODUCT AVAIL. ☐____ ☐____ ☐____ ☐____ ☐____

STORE NAME ______________________ EARNINGS:__________

PRODUCT NAME ______________________________

PRICE $ _______ # AVAIL _______ RE-CHECK PRODUCT AVAIL. ☐____ ☐____ ☐____ ☐____ ☐____

STORE NAME ______________________ EARNINGS:__________

PRODUCT NAME ______________________________

PRICE $ _______ # AVAIL _______ RE-CHECK PRODUCT AVAIL. ☐____ ☐____ ☐____ ☐____ ☐____

STORE NAME ______________________ EARNINGS:__________

PRODUCT NAME ______________________________

PRICE $ _______ # AVAIL _______ RE-CHECK PRODUCT AVAIL. ☐____ ☐____ ☐____ ☐____ ☐____

--- BLOG LOG ---

BLOG TITLE:

SUBTITLE:

WRITTEN - BEGIN/END: __________ /__________ EDITED: __________ SCHEDULED ON: __________ LIVE ON: __________

CATEGORIES: ____________________

TEMPLATE USED: ____________________

SEO _____ % KEYWORDS - TAGS	CHECKLIST	SOCIAL MEDIA / SHARE
☐ ________	☐ TITLE/HEADER	☐ FB DATE/TIME: ________ FB LIKES______ FB SHARES________
☐ ________	☐ THUMBNAIL	☐ IG DATE/TIME: ________ IG LIKES______ IG SHARES________
☐ ________	☐ FREEBIES/DOWNLOADS	☐ PINTEREST DATE/TIME ________
☐ ________	☐ INTERNAL IMAGES (# ____)	☐ ________
☐ ________	☐ TEST INTERNAL LINKS	☐ MENTION IN NEWSLETTER/EMAIL? Y/N DATE:________
☐ ________	☐ TEST EXTERNAL LINKS	☐ SHARE/ INFLUENCER ________
☐ ________	☐ TEST AFFILIATE LINKS	☐ ________
☐ ________	☐ ________	☐ ________
☐ ________	☐ ________	☐ ________
☐ ________	☐ ________	☐ ________
☐ ________	☐ ________	☐ ________

INTERNAL LINKS ____________________

EXTERNAL LINKS ____________________

AFFILIATES

STORE NAME ____________________ EARNINGS:__________

PRODUCT NAME ____________________

PRICE $ _______ # AVAIL _______ RE-CHECK PRODUCT AVAIL. ☐____ ☐____ ☐____ ☐____ ☐____

STORE NAME ____________________ EARNINGS:__________

PRODUCT NAME ____________________

PRICE $ _______ # AVAIL _______ RE-CHECK PRODUCT AVAIL. ☐____ ☐____ ☐____ ☐____ ☐____

STORE NAME ____________________ EARNINGS:__________

PRODUCT NAME ____________________

PRICE $ _______ # AVAIL _______ RE-CHECK PRODUCT AVAIL. ☐____ ☐____ ☐____ ☐____ ☐____

STORE NAME ____________________ EARNINGS:__________

PRODUCT NAME ____________________

PRICE $ _______ # AVAIL _______ RE-CHECK PRODUCT AVAIL. ☐____ ☐____ ☐____ ☐____ ☐____

--- BLOG LOG ---

BLOG TITLE:
SUBTITLE:

WRITTEN - BEGIN/END: __________ /__________ EDITED: __________ SCHEDULED ON: __________ LIVE ON: __________

CATEGORIES: ____

____

TEMPLATE USED: ____

SEO _____ % KEYWORDS - TAGS

- ☐ ______________________
- ☐ ______________________
- ☐ ______________________
- ☐ ______________________
- ☐ ______________________
- ☐ ______________________
- ☐ ______________________
- ☐ ______________________
- ☐ ______________________
- ☐ ______________________
- ☐ ______________________

CHECKLIST

- ☐ TITLE/HEADER
- ☐ THUMBNAIL
- ☐ FREEBIES/DOWNLOADS
- ☐ INTERNAL IMAGES (# ____)
- ☐ TEST INTERNAL LINKS
- ☐ TEST EXTERNAL LINKS
- ☐ TEST AFFILIATE LINKS
- ☐ ______________________
- ☐ ______________________
- ☐ ______________________
- ☐ ______________________

SOCIAL MEDIA / SHARE

- ☐ FB DATE/TIME: ________ FB LIKES______ FB SHARES________
- ☐ IG DATE/TIME: ________ IG LIKES______ IG SHARES________
- ☐ PINTEREST DATE/TIME ______________________
- ☐ ______________________
- ☐ MENTION IN NEWSLETTER/EMAIL? Y/ N DATE:__________
- ☐ SHARE/ INFLUENCER ______________________
- ☐ ______________________
- ☐ ______________________
- ☐ ______________________
- ☐ ______________________
- ☐ ______________________

INTERNAL LINKS ____

____

____

EXTERNAL LINKS ____

____

____

____

____

AFFILIATES

STORE NAME ______________________ EARNINGS:__________
PRODUCT NAME ______________________

PRICE $ _______ # AVAIL _______ RE-CHECK PRODUCT AVAIL. ☐____ ☐____ ☐____ ☐____ ☐____

STORE NAME ______________________ EARNINGS:__________
PRODUCT NAME ______________________

PRICE $ _______ # AVAIL _______ RE-CHECK PRODUCT AVAIL. ☐____ ☐____ ☐____ ☐____ ☐____

STORE NAME ______________________ EARNINGS:__________
PRODUCT NAME ______________________

PRICE $ _______ # AVAIL _______ RE-CHECK PRODUCT AVAIL. ☐____ ☐____ ☐____ ☐____ ☐____

STORE NAME ______________________ EARNINGS:__________
PRODUCT NAME ______________________

PRICE $ _______ # AVAIL _______ RE-CHECK PRODUCT AVAIL. ☐____ ☐____ ☐____ ☐____ ☐____

--- BLOG LOG ---

BLOG TITLE: ____________________
SUBTITLE: ____________________

WRITTEN - BEGIN/END: ________ / ________ EDITED: ________ SCHEDULED ON: ________ LIVE ON: ________
CATEGORIES: ____________________
____

TEMPLATE USED: ____________________

SEO _____ % KEYWORDS - TAGS

- ☐ ____________________
- ☐ ____________________
- ☐ ____________________
- ☐ ____________________
- ☐ ____________________
- ☐ ____________________
- ☐ ____________________
- ☐ ____________________
- ☐ ____________________
- ☐ ____________________
- ☐ ____________________

CHECKLIST

- ☐ TITLE/HEADER
- ☐ THUMBNAIL
- ☐ FREEBIES/DOWNLOADS
- ☐ INTERNAL IMAGES (# ____)
- ☐ TEST INTERNAL LINKS
- ☐ TEST EXTERNAL LINKS
- ☐ TEST AFFILIATE LINKS
- ☐ ____________________
- ☐ ____________________
- ☐ ____________________
- ☐ ____________________

SOCIAL MEDIA / SHARE

- ☐ FB DATE/TIME: ________ FB LIKES______ FB SHARES________
- ☐ IG DATE/TIME: ________ IG LIKES______ IG SHARES________
- ☐ PINTEREST DATE/TIME ____________________
- ☐ ____________________
- ☐ MENTION IN NEWSLETTER/EMAIL? Y/N DATE:____________
- ☐ SHARE/ INFLUENCER ____________________
- ☐ ____________________
- ☐ ____________________
- ☐ ____________________
- ☐ ____________________
- ☐ ____________________

INTERNAL LINKS ____________________
____
____

EXTERNAL LINKS ____________________
____
____
____
____

AFFILIATES

STORE NAME ____________________ EARNINGS:____________
PRODUCT NAME ____________________

PRICE $ _______ # AVAIL _______ RE-CHECK PRODUCT AVAIL. ☐_____ ☐_____ ☐_____ ☐_____ ☐_____

STORE NAME ____________________ EARNINGS:____________
PRODUCT NAME ____________________

PRICE $ _______ # AVAIL _______ RE-CHECK PRODUCT AVAIL. ☐_____ ☐_____ ☐_____ ☐_____ ☐_____

STORE NAME ____________________ EARNINGS:____________
PRODUCT NAME ____________________

PRICE $ _______ # AVAIL _______ RE-CHECK PRODUCT AVAIL. ☐_____ ☐_____ ☐_____ ☐_____ ☐_____

STORE NAME ____________________ EARNINGS:____________
PRODUCT NAME ____________________

PRICE $ _______ # AVAIL _______ RE-CHECK PRODUCT AVAIL. ☐_____ ☐_____ ☐_____ ☐_____ ☐_____

--- BLOG LOG ---

BLOG TITLE:

SUBTITLE:

WRITTEN - BEGIN/END: __________ /__________ EDITED: __________ SCHEDULED ON: __________ LIVE ON: __________

CATEGORIES: ____

____

TEMPLATE USED: ____

SEO _____ % KEYWORDS - TAGS

- ☐ ____________________
- ☐ ____________________
- ☐ ____________________
- ☐ ____________________
- ☐ ____________________
- ☐ ____________________
- ☐ ____________________
- ☐ ____________________
- ☐ ____________________
- ☐ ____________________
- ☐ ____________________

CHECKLIST

- ☐ TITLE/HEADER
- ☐ THUMBNAIL
- ☐ FREEBIES/DOWNLOADS
- ☐ INTERNAL IMAGES (# ____)
- ☐ TEST INTERNAL LINKS
- ☐ TEST EXTERNAL LINKS
- ☐ TEST AFFILIATE LINKS
- ☐ ____________________
- ☐ ____________________
- ☐ ____________________
- ☐ ____________________

SOCIAL MEDIA / SHARE

- ☐ FB DATE/TIME: ________ FB LIKES______ FB SHARES________
- ☐ IG DATE/TIME: ________ IG LIKES______ IG SHARES________
- ☐ PINTEREST DATE/TIME ____________________
- ☐ ____________________
- ☐ MENTION IN NEWSLETTER/EMAIL? Y/ N DATE:__________
- ☐ SHARE/ INFLUENCER ____________________
- ☐ ____________________
- ☐ ____________________
- ☐ ____________________
- ☐ ____________________
- ☐ ____________________

INTERNAL LINKS ____

____

____

EXTERNAL LINKS ____

____

____

____

____

AFFILIATES

STORE NAME ______________________________ EARNINGS:__________

PRODUCT NAME ____

PRICE $ ______ # AVAIL ______ RE-CHECK PRODUCT AVAIL. ☐____ ☐____ ☐____ ☐____ ☐____

STORE NAME ______________________________ EARNINGS:__________

PRODUCT NAME ____

PRICE $ ______ # AVAIL ______ RE-CHECK PRODUCT AVAIL. ☐____ ☐____ ☐____ ☐____ ☐____

STORE NAME ______________________________ EARNINGS:__________

PRODUCT NAME ____

PRICE $ ______ # AVAIL ______ RE-CHECK PRODUCT AVAIL. ☐____ ☐____ ☐____ ☐____ ☐____

STORE NAME ______________________________ EARNINGS:__________

PRODUCT NAME ____

PRICE $ ______ # AVAIL ______ RE-CHECK PRODUCT AVAIL. ☐____ ☐____ ☐____ ☐____ ☐____

--- BLOG LOG ---

BLOG TITLE:

SUBTITLE:

WRITTEN - BEGIN/END: ___________ /___________ EDITED: ___________ SCHEDULED ON: ___________ LIVE ON: ___________

CATEGORIES: ____

____

TEMPLATE USED: ____

SEO _____ % KEYWORDS - TAGS

- ☐ ____________________
- ☐ ____________________
- ☐ ____________________
- ☐ ____________________
- ☐ ____________________
- ☐ ____________________
- ☐ ____________________
- ☐ ____________________
- ☐ ____________________
- ☐ ____________________
- ☐ ____________________

CHECKLIST

- ☐ TITLE/HEADER
- ☐ THUMBNAIL
- ☐ FREEBIES/DOWNLOADS
- ☐ INTERNAL IMAGES (# ____)
- ☐ TEST INTERNAL LINKS
- ☐ TEST EXTERNAL LINKS
- ☐ TEST AFFILIATE LINKS
- ☐ ____________________
- ☐ ____________________
- ☐ ____________________
- ☐ ____________________

SOCIAL MEDIA / SHARE

- ☐ FB DATE/TIME: ________ FB LIKES______ FB SHARES________
- ☐ IG DATE/TIME: ________ IG LIKES______ IG SHARES________
- ☐ PINTEREST DATE/TIME ____________________
- ☐ ____________________
- ☐ MENTION IN NEWSLETTER/EMAIL? Y/ N DATE:____________
- ☐ SHARE/ INFLUENCER ____________________
- ☐ ____________________
- ☐ ____________________
- ☐ ____________________
- ☐ ____________________
- ☐ ____________________

INTERNAL LINKS ____

____

____

EXTERNAL LINKS ____

____

____

____

____

AFFILIATES

STORE NAME ______________________________ EARNINGS:______________

PRODUCT NAME ____

PRICE $ _______ # AVAIL _______ RE-CHECK PRODUCT AVAIL. ☐_____ ☐_____ ☐_____ ☐_____ ☐_____

STORE NAME ______________________________ EARNINGS:______________

PRODUCT NAME ____

PRICE $ _______ # AVAIL _______ RE-CHECK PRODUCT AVAIL. ☐_____ ☐_____ ☐_____ ☐_____ ☐_____

STORE NAME ______________________________ EARNINGS:______________

PRODUCT NAME ____

PRICE $ _______ # AVAIL _______ RE-CHECK PRODUCT AVAIL. ☐_____ ☐_____ ☐_____ ☐_____ ☐_____

STORE NAME ______________________________ EARNINGS:______________

PRODUCT NAME ____

PRICE $ _______ # AVAIL _______ RE-CHECK PRODUCT AVAIL. ☐_____ ☐_____ ☐_____ ☐_____ ☐_____

--- BLOG LOG ---

BLOG TITLE:

SUBTITLE:

WRITTEN - BEGIN/END: ___________ /___________ EDITED: ___________ SCHEDULED ON: ___________ LIVE ON: ___________

CATEGORIES: ____

TEMPLATE USED: ____

SEO _____ % KEYWORDS - TAGS

- ☐ ____________________
- ☐ ____________________
- ☐ ____________________
- ☐ ____________________
- ☐ ____________________
- ☐ ____________________
- ☐ ____________________
- ☐ ____________________
- ☐ ____________________
- ☐ ____________________
- ☐ ____________________

CHECKLIST

- ☐ TITLE/HEADER
- ☐ THUMBNAIL
- ☐ FREEBIES/DOWNLOADS
- ☐ INTERNAL IMAGES (# ____)
- ☐ TEST INTERNAL LINKS
- ☐ TEST EXTERNAL LINKS
- ☐ TEST AFFILIATE LINKS
- ☐ ____________________
- ☐ ____________________
- ☐ ____________________
- ☐ ____________________

SOCIAL MEDIA / SHARE

- ☐ FB DATE/TIME: ________ FB LIKES______ FB SHARES________
- ☐ IG DATE/TIME: ________ IG LIKES______ IG SHARES________
- ☐ PINTEREST DATE/TIME ____________________
- ☐ ____________________
- ☐ MENTION IN NEWSLETTER/EMAIL? Y/N DATE:__________
- ☐ SHARE/ INFLUENCER ____________________
- ☐ ____________________
- ☐ ____________________
- ☐ ____________________
- ☐ ____________________
- ☐ ____________________

INTERNAL LINKS ____

EXTERNAL LINKS ____

AFFILIATES

STORE NAME ______________________ EARNINGS:______________
PRODUCT NAME ______________________________________

PRICE $ _______ # AVAIL _______ RE-CHECK PRODUCT AVAIL. ☐____ ☐____ ☐____ ☐____ ☐____

STORE NAME ______________________ EARNINGS:______________
PRODUCT NAME ______________________________________

PRICE $ _______ # AVAIL _______ RE-CHECK PRODUCT AVAIL. ☐____ ☐____ ☐____ ☐____ ☐____

STORE NAME ______________________ EARNINGS:______________
PRODUCT NAME ______________________________________

PRICE $ _______ # AVAIL _______ RE-CHECK PRODUCT AVAIL. ☐____ ☐____ ☐____ ☐____ ☐____

STORE NAME ______________________ EARNINGS:______________
PRODUCT NAME ______________________________________

PRICE $ _______ # AVAIL _______ RE-CHECK PRODUCT AVAIL. ☐____ ☐____ ☐____ ☐____ ☐____

Wildrose Media website
Home Page

Faith Family Fun Blog

Wildrose Media website
Shop Page

Additional books from Wildrose Media, available on Amazon:

Sermon Notebook
Kids Ages 9-12 years
Cross cover

Sermon Notebook
Kids Ages 6-8 years
Bunny cover

The Birth of Jesus
Coloring Book

The Story of Easter
Coloring Book
Blue cover

Bible Teaching Sheets
Old Testament - KJV

Bible Teaching Sheets
New Testament - KJV

Friendship and Freedom
Story of the Statue of Liberty

100 Questions to Ask Myself
Vol.1 - pink cover

Ultimate Fishing Journal
for Kids Vol. 1

Ultimate Fishing Journal
for Girls - pink cover

Headache Diary, 5"x 6"
Symptom Notebook

Dutch Boy & Girl
Small Notebook 5"x6"

Wildrose Media

www.wildrose-media.com

Made in the USA
Monee, IL
08 November 2026

67948336R00072